# என் மன வானில்

ராம்பிரகாஷ் சிங்காரவேல்

Copyright © Ramprakash Singaravel
All Rights Reserved.

தந்தை சிங்காரவேல்
தாய் சந்திரா
மனைவி உமா மகேஸ்வரி
அன்பு மகன் நிரஞ்சன் தேவ்


மற்றும்


தமையன் சரவணபிரகாஷ்

# பொருளடக்கம்

# பொருளடக்கம்

# நன்றி

என் மன
வானில்
சிறகடிக்கும்
முன்னோர்களுக்கும்
ஆன்றோர்களுக்கும்
சான்றோர்களுக்கும்

# முன்னுரை

• ix •

செல்லும் வழியெங்கும்
காணும்
காட்சிகளை
மனதினில்
புகுத்தி
மூளைக்கேற்றி
தோன்றும் எண்ணங்களை
கவியாக
எடுத்துள்ளேன்

-ராம்பிரகாஷ் சிங்காரவேல்

# 1. இது கவியா ?

கவிதை எழுதும்

எண்ணம்

தோன்றலில்

இது மரபு கவிதையா?

இல்லை

ஹெக்கூ நடையா ?

இல்லை

உரைநடையா?

கேட்கும் எண்ணம்

தோன்றலில்

ஆயிரம் ஆயிரம்

எண்ணங்கள்

தன்னகத்தே கொண்டு

எழுதும்

கவிஞர்கள்

எழுத்து நடையில்

படித்த

மனதை வருடிய

பாக்களை கொண்டுதான்

எழுதுகிறேன்

முத்தமிழ் கொடுத்த

கொடை

இரண்டடி குறள்

அளித்த

நடை

# 2. தியாகம்

நாட்டுக்கு உழைத்தோரை
நாட்காட்டியில் காண
அவர்தம் தியாகம்
அர்ப்பணிப்பு
என்றும் இன்றும்
ஏதோ
இச்சமூக வலைதளங்களால்
புலனத்தில் புகைப்படம்
வைத்தும்
முகநூலில்
அவர்தம் வேட்கையைப்
பரப்பியும்
அவர்கள்தம்
தியாகத்தை
ஆண்டுகளாய்
போற்றுவோம்

# 3. எழுதுவோம்

காலம் கனியும்
நேரத்தில்
ஒவ்வொரு நாளும்
ஒவ்வொரு நாழிகையும்
ஒவ்வொரு மணித் துளிகளும்
விரைவாய் கழிகின்றன
நாட்காட்டிகள் விரைகின்றன
தினம் தினம்
புது புது எண்ணங்கள்
உதிக்கும்
காலத்தில்
எழும் தோன்றல்களை
எழுதிவிட்டால்
எழும் மகிழ்வு
அளப்பரியது
ஆதலால்
எழுதுங்கள்
அன்றாடம்
பின்னாளில்
அவை வரலாறாகும்

# 4. காதலிப்போம்

காதல் அழிவதில்லை
தாயின் கருவிலிருந்து
கல்லறை வரை
அன்னையின் காதல்
அன்புக் காதல்
தந்தையின் காதல்
தற்பெருமைக் கொண்டது
தமையனின் காதல்
விட்டுக்கொடுப்பது
தங்கையின் காதல்
வம்பானது
மனைவியின் காதல்
மாண்பானது
மழலையின்
காதல் கற்கண்டானது
செல்லப் பிராணியின்
காதல் மிருதுவானது
மொத்ததில் காதல்
கலையானது
ஆதலால்
ஆயக் கலைகளுள்
அருமையானது

# 5. டிஜிட்டல் கல்வி

கல்வி
காட்சியாகிறது
ஆரம்ப கல்வி
அடிப்படைக்கல்வியாய்
அகர லகரம் கற்றப்பின்
வரும் ஆங்கிலம் படித்துப்பின்
கசக்கும் கணிதம் பின்
கருப்புச்சுவைப் போல் இனித்து
பின் ஆக்கம் கொடுக்கும்
அறிவியலும்
படித்து
வரலாறை நாம் படித்து
பின்பு வரலாற்றை நாம்
எழுத பூலோகம் முதல்
தற்கால தொழில்நுட்பம்
வரை ஏட்டுக்கல்வியை
எடுத்து
எந்திரக்கல்வியாய்
இருக்கும் இடத்தில்
தேர்வும் எழுதிப் பின்
பாட சாலை
செல்லாமல்
ஒளி ஒலி
கல்வி கற்றால்
நாளை
நம் திறன் வளருமோ?
பணி கிடைக்குமோ? ஐயம்?

# 6. கடவுள்

வழியெங்கும்
வண்ணப்பலகைகள்
ஆலய வழியைக்
காண்பிக்க
கடவுள் இருக்கிறார்
ஆலயத்திலும்
அவரவர் உள்ளத்திலும்
அன்பே கடவுள்
அதையும் தாண்டி
இறைவன் ஒருவனே
அதையும் தாண்டி
மீண்டும் வருவார்
கடவுள்
எப்படியோ
கடவுள் வரவேண்டும்
அவரவர் துயரை
துடைக்க
இக்களியுகத்தின்
கவலைகளை
களைய

# 7. இனிய இரவு

பொழுது
கழிந்தது
இந்த இனிய இரவினில்
ரீங்காரமிடும் குயில்கள்
ஓசை
இசைதேவனின் இன்னிசை
ஓசையோடு
இரண்டறக் கலந்து
இன்பமாய்
செவியினில் வந்து
பாய்கின்றது
சாரல் காற்றுடன்
செயற்கை காற்று
மின் விசிறியோடு
இணைந்து தாலாட்ட
இன்புறு
உறக்கம் இனிதே
தொடங்கிற்று

# 8. ஞாயிற்றுக்கிழமை

கிழமைகளில்
தேடல்
ஞாயிறு
விடுமுறையில்
விருந்தாகும்
உணவில்
இறைச்சி உண்டு
உண்டப்பின் வரும்
நித்திரையும்
அழகான மாலைப்
பொழுதினில்
சாரக் காற்றினில்
நடைப் பயிற்சி
எய்தியப் பின்
பல்சுவைக் களமாய்
கனிவுக் கொடுக்கும்
நல் பாட்டுடன்
படமும் தோன்ற
நன்னாள்
நிறைவுறும்

# 9. கனவு

அப்பா வருவார்கள்
நண்பர்கள் வருவார்கள்
உறவினர்கள் வருவார்கள்
மகிழ்ச்சி அடைவேன்
நிஜத்தில் அல்ல
நிழலில்
காலமாகிய
கனவில்
நீண்ட உரையுடன்
ஆனந்தம் அடையும்
வேளையில்
துயில்
எழுப்பும்
அதீத ஒலி
அங்கே
உருவாகின்றது
ஒலி எழுப்பும்
மணிச் சத்தம்
கைப்பேசியிலிருந்து

# 10. நுண்கிருமி

நுண் கிருமியால்
கற்ற பாடம்
கடவுளை மறந்து
கல்வியை மறந்து
திரைக் காட்சிகளை மறந்து
எண்ணற்ற உறவுகளை
இழந்து
முழுவதாய்
வாழும்
சமுதாயத்தையும்
இழந்தோம்

# 11. மாரி

அந்தி மேகம்
ஆனந்த மாரியைப்
பொழிய
சாரலாய்
சங்கமிக்கின்றது
நீர்த்துளிகள்
சலனமின்றி

# 12. விளையாட்டு ஆரம்பம்

அறுவடை
முடிந்தது
ஆனந்தம்
பிறந்தது
அந்தி வேளையில்
அடுத்த வீட்டு
கழனியில்
இதோ
ஆடுகளம்
தயாராகிவிட்டது
நட்புகள்
புடைசூழ
சிறுவர்களின்
சூழலில்
மட்டைப்பந்தாட்டம்
அதிரடி
சரவெடியாய்
ஆரம்பம்
குளிர்
மறைய
குதூகலம்
தொடங்கிற்று

# 13. கழனி

கழனி சென்று
நெல் விதைத்தோம்
மாரி பெய்வித்து
பிஞ்சு குழந்தைப் போல
வளர்ந்த கதிரில்
ரசாயனம் எய்த
நுண்மருந்துகள் இட்டு
வேரிலே வளரும் நஞ்சுகளை
அழித்து நீர்ப் பாயிச்சி
மாந்தர்கள் தம் இனிய குரலால்
பாடி நட்ட நாற்றுகள்
வளர்ந்து ஓங்கி
ஆதவனின் அருளாசியோடு
அறுவடை செய்வது வரை
வருணபகவானின்
ஆசியோடுதான்

# 14. நடைபயிற்சி

துயில் எழுப்பும்
ஒலி
ஆலய மணியோடு
தூக்கத்தை
தொலைத்து
கடுங்குளிரில்
ஆட்கொண்ட உடல்
மிருதுவாக
எழும்பி
காலைக்கதிரவன்
உதிக்க மறந்த
நேரத்தில்
சாலையோர
மின் விளக்குகள்
மின்னுவதையும்
மறைத்து தன்
வெளிரிய நிறத்தை
தோலுரிக்கும்
மூடுபனியில்
செல்லும்
நடையில்
ஆயிரம் மக்கள்
நம்முடன்
ஆத்ம திருப்திதான்

# 15. வெற்றிக்கனி

வாழ்க்கையின் எனும்
ஓடத்தில்
நீந்துகின்ற
மானுடர்கள்
பட்ட
இன்னல்களைத்
தாண்டி
உழைப்பு
முயற்சி
அர்ப்பணிப்பு
எனும்
முத்திறவுகோல்களை
கொண்டு
திறந்துவித்தால்
வெற்றிக்கனியை
எளிதாக
பறித்துவிடலாம்

# 16. ஐந்தாம் தலைமுறை இணையம்

ஆகாயமே
பயம் கொள்ளாதே
பறவைகள் உன்னை
தொட்டு செல்லட்டும்
ஆகாயமே
விண்மீன்களின் கூட்டமாம்
பால்வழித்திரள்
பூமிக்கு வெளிச்சம்
அளிக்கட்டும்
அதற்காக மின் கட்டணம்
அவற்றிடம்
கேட்டுவிடாதே
நிலாச்சோறு உண்டோம்
உன்னால்
ஆனால்
கதிர்வீச்சு எதிரியாய்
உன்மேல் பறப்பதற்கு
வானூர்திகளும்
அஞ்சுகிறது இன்று
புதிதாக வந்த
அலைக்கற்றையே
நீல நிறக்கூட்டங்களை
ஆட்கொள்ளாதே
சற்று விலகிவிடு

# 17. காய்ச்சல் மாத்திரை

கோயில்கள் இல்லை
சர்ச்கள் இல்லை
மசூதிகள் இல்லை
பின்பு ஏன்
இவ்வளவு
இப்பெருந்தொற்று
பிணி தீர்க்கும்
மாத்திரைகள்
விற்றதோ பல
கோடியாம்
ஐயம் எனக்கு?
அப்போது கோடி
பேருக்கும் இப்பெருந்தொற்றா?
பல அடுக்கு மாளிகைகள்
தோற்று
பல அடுக்கு மாத்திரைகள்தான்
வெற்றியை எய்தினவோ?

# 18. விடுமுறை பயணம்

முடிந்த விடுமுறை
பின்னோக்கிய பயணம்
இல்லம் விட்டு
இல்லத்துக்கு
கடமைக்கு
யாருக்குத்தான் இல்லை
ஆசை
ஊரில் இன்னும் சில
நாட்கள் இருக்க
வேண்டுமென்று
சிலர் இன்னும்
ஒரு நாள் இருக்கலாமே
இன்னும் சிலர்
உடல்நிலை சரியில்லையே
ந(ர)க(ர)ம் செல்ல
மனம் படுத்தும்பாடு
ஊருக்கு செல்லாமல்
எல்லாம் பழைய
அனுபவம் பேசுகின்றது
எப்படியோ
"யாதும் ஊரே யாவரும் கேளிர்"
தான்

# 19. செயற்கை

இயற்கையை துறந்து
செயற்கையாம்
செயற்கை என்ற வார்த்தையை
தட்டச்சு செய்யும் போதே
நுண்ணறிவு தானாக சேர்ந்துவிடுகிறது
ஆம் மனிதன் எந்திரமானான்
இல்லம் முதல் இருக்கை
வரை அனைத்தும் எந்திரன்தான்
ஆம்
கேள்விப்பட்டேன்
உண்ணும் இட்லி கூட
எந்திரமாகிவிட்டதாம்
எந்திரத்தில் நாணயம்
செலுத்தினால்
சூடான இட்லியும்
கிடைக்குமாமே
செயற்கை சுவாசக் கருவியும்
ரெடியாம்
இனி பார் போற்றும் " எந்திரன் " தானோ?

# 20. விளைநிலம்

பச்சை நிறம்
பார் நிறம்
விதைத்து
ஊன்றி
கிளையாய்
செதில்களாய்
கதிராய்
கற்பக விருட்சமாய்
உருவாகும்
உழவனின் நிலம்
இன்று மாரியின்
பிடியில்
மண்ணுண்டு போயிற்று
ஆண்டுகளாய் தொடரும்
காட்சி மாறுவது
எப்பொழுதோ?

# 21. காளை தழுவுதல்

வானிலை மாறுபாடு
வாழ்வாங்கு வாழ்த்தும்
மாரி தமிழகத் தலைநகரில்
ஊடகங்கள் பார்வை
தலைநகரில்லை
தூங்கா நகரில்
ஆம்
வீர விளையாட்டில்
காளை தழுவுதல்
காலை முதல்
அலங்காநல்லூரில்
பார்வை ஒன்றே போதுமா?
அல்லது
வீரமும் சேர்ந்து குருதியினில்
பாய
வீரர்களின் வெற்றிக்களிப்பை
கொண்டாட

# 22. ஊரடங்கு

வெறிச்சோடிய சாலை
இன்று விரைவாய் இயங்குகிறது
வாகனங்களின் அணிவகுப்போடு
வேகம் குறைந்தப்பாடில்லை
வேகம் விவேகமல்ல இதுவன்றோ
ஆம்
இயங்க தொடங்கவிட்டது அண்டத்தின்
ஓர் பகுதி
சிறு ஓய்விற்க்குப் பின்

# 23. வண்ணங்கள்

ஆயிரம் வண்ணங்களில்
மலர்கள்
ஆயிரம் வண்ணங்களில்
கோலங்கள்
வண்ணங்களைப் போல
உள்ளம் கொள்ளுமோ
ஆயிரம் நினைவுகளை
சுமக்க

# 24. உறுதிமொழி

வறுமையை அகற்றி
நல்வளம் பேணவும்
பிணியின்றி பெருட்செல்வம் பெற்று
நல்மகிழ்வாய்
அன்பு, அறிவு, தேற்றம், அவாவின்மை என்ற தெய்வ புலவரின் சொற்கொண்டு
மாதத்தில்
ஒரு புத்தகமாவது வாசித்து
வாழ்க்கை எனும் ஓடத்தில்
ஆழியின் அகன்ற பரப்பை போன்று
பிறப்பு, படிப்பு, பணி, பணம், நல்வாழ்க்கை, பேறு போன்று
பதினாறு செல்வங்களும்
ஒருங்கே பெற்று வாழ்க்கையில்
இறப்பு ஒரு சரித்திரமாக
அமைய வேண்டும் என்ற அறிவியல் ஆசானின் சொல்லை ஆழ்மனதில்
உருவெடுத்து ஒற்றுமையாய்
உயரிய இலக்கை
அடைவோம்
என உறுதிமொழியினில்
நல்வாழ்வை
அடைய வேண்டும்

# 25. மகளிர்

ஈன்றெடுத்த தாய்க்கும்
தாலாட்டி சீராட்டி வளர்த்த
தமைக்கைக்கும்
கல்விக்கு வித்திட்ட மாதாவாக
சரஸ்வதியாக எழுத்தறிவு
போதித்த அடுத்(தாய்) யாகிய
ஆசிரியைகளுக்கும்
குடும்பத்தில் சரிசமமாய்
உழைக்கின்ற
இல்லத்து(அரசி)களுக்கும்
குடும்ப உறவுகளுக்கும்
விண்வெளி புரட்சிக்கு
வித்திட்ட
கல்பனா சாவ்லா
முதல்
பெண் கல்விக்கு
பாடுபாடும்
மலாலா
வரையிலும்
உலகில்
உள்ள
மாந்தராய்
பெண் எனும்
சொல்லில்
பெருமைக்கொண்ட வாழ்கின்ற
பெண்கள் அனைவருக்கும்
வாழ்த்துக்கள்
பெண்மையைப் போற்றுவோம்.

# 26. புதியன விரும்பு

வறுமையை துறந்து
குடிசையினை அகற்றி
பசியினை போக்கி
உண்ண உணவு
அனைவருக்கும்
தண்ணீரிலும் தத்தளிக்காமல்
குடிதண்ணீரிலும் தத்தளிக்காமல்
தூர் வாருவோம் புதியதாய் நீர்நிலைகளை
செயற்கை சுவாசமாம் நமக்கு
ஆக்சிஜன் இல்லாமல் நாம் களைவோம்
இதை புதியதாய்
இயற்கை வளங்களை மீட்டெடுத்து
தினம் ஒரு மரக்கன்றுகளாய்
மாசற்ற சுவாசம் கொண்ட வனமாய்
ஏழ்மை எனும் இருளை அகற்ற
கல்விகள் பல கற்று
மானுட உலகின் நன் மாந்தர்களாக
முண்டாசு கவிஞனின் கனவினை
மீட்டெடுத்து
பார் போற்றும் மக்கட்பேறாக
விரும்பிய அனைத்தும்
புதியதாய் அடைவோம்.

# 27. ரங்கோலி

பெண்கள் அனைவரும்
ஓவியர்கள்தான்
அவர்களின் ரங்கோலியை
இம்மார்கழியைத் தாண்டி
தைப்பொழிதினில் பார்க்கும்பொழுதும்

# 28. காதலர் தினம்

ஆதி முதல்
அந்தம் வரை
காதலர் தினப்
பேச்சு இன்று
காதலாகிய
கருப்பொருள்
ஒவ்வொரு
மானுடனின்
அங்கம்தான்
பதினாறில்
ஆரம்பித்து
பல்லாண்டுகள்
சமீபமாக
பேச்சுப் பொருள்
காதல்தான்
நட்பு மருவி அன்பு மருவி
காதலாகியது
கன்று மீது பசுவின்
காதல்
சிற்சிறு உயிரினம்
கொண்டு காதல்
வயப்படார் யாருமிலர்
காதலை துறந்து
அந்த நினைவில்
வாழும் மானுடர்கள்
காயப்பட்ட இதயம்
ஆறும் காலம்
கணக்கிடமுடியாது

# 29. புன்சிரிப்பு

வண்ணத்துப் பூச்சிகளின்
சிறகுகளில்
கண்ட வண்ணங்களில்
உள்ள நிறங்கள்
பற்பல இயைந்து
வானவில் வண்ணங்களில்
உள்ள நிறங்கள்
சப்த ஸ்வரங்களோடு
இணைந்து
பஞ்ச பூதங்களின்
வாழ்த்துக்களோடு
பூக்களின் புணர்ச்சியோடு
புவியில்
மனிதர்களிடத்தும்
புன்சிரிப்பு
நிலைக்கட்டும்
என வாழ்வாங்கு
வாழ்த்துகின்றது

# 30. ஆதங்கம்

எல்லாம் சரி
ஐப்பசி அடைமழை
கார்த்திக்கையும்
சேர்த்து இலவசமாக
எடுத்துக் கொண்டது
மார்கழியில்
மாறி மூடுபனியாய்
முகத்திரை
தெரியாமல்
மின்கலம்
உருவாக்கும்
வெளிச்சத்தில்
சென்று வந்த
பயணம் போய்
கோடையிலும்
குளிர் மாறாமல்
இருக்க
அறுவடை செய்த
நெல்மணிகளை
மதிகெட்ட
மாரி
மாசியில் பெய்து
வீணடிப்பது
ஏனோ?
ஆதங்கம்
உழவனின்
கண்களில்

# 31. மிதிவண்டி

ஆடி காரில்
செல்லலாம்
ஆடம்பரமாய்
ஆனந்தமாய்
உடல்
வலியில்லாமல்
ஆனால்
ஆயுளை
நீட்டிக்க
ஆனந்தமாய்
செல்லலாம்
மிதிவண்டியில்
உடலை
வருத்தி
உள்ளத்தை
அழகாக்கி
உணர்வாய்
பிணி
தீர்க்க

# 32. நட்புகள்

வாழ்நாளை
அதிகரிக்கும்
நகைச்சுவை
வார்த்தை ஜாலங்களில்
வண்ணமயமாய்
வசீகரமாய்
நட்புக் கூட்டங்கள்
உருவாகும் பொழுது
உரை நடையுடன்
உள்ளம் வெதும்பி
பேசிய நகைச்சுவைகள்
ஆழ்மனதில் ஆழமாய்
பதிய
பின்
வறுத்த மீனுடன்
கோழி இறைச்சி
உண்டு
களவாடிய பொழுதுகளாய்
கடற்கரை சென்று
வாழ்க்கை ஒரு வட்டமாய்
சுழலுகின்ற
பம்பரம் வாழ்க்கையில்
நண்பர்களே
நம் எஜமானர்கள்

# 33. மின்னணு சேவை

• 33 •

அவசர தகவலுக்கு
தந்தி
ஆசைப் பட்டு
எழுதிய கடிதம்
அன்றாடம்
அனுப்பும்
மின்னஞ்சல்
மாறியப் பின்
கையடக்க கணினியில்
அகர வரிசை ஆரம்பித்து
ஃ வரிசை வரை
பெயர்களை
கட்டளையிட்டால்
கடைகோடி கிராமம்
வரை வந்து சேரும்
சேவை
மின்கல
வாகனத்தில்
மின்னலாய்
மின் சேவையாக
இல்லத்தில்
அனைவரது
உள்ளத்திலும்
ஆகி விட்டது

# 34. போர்



சற்று
இடைவெளியில்
எழுதுகிறேன்
அகண்ட யுத்தத்தின்
சத்தம் தொலைக்காட்சியில்
காண கவலையுற்று
தோன்றும் மக்கள்
ஏவுகணையின் பாய்ச்சலில்
இல்லம் இழந்து
இருக்க இடம்
இழந்து
பொன் முதல் பொருள்
இழந்து வாடிய முகமாக
அந்நாடு
பார் என்ற
அகண்ட பார்வையில்
இன்று
இல்லை
இதுதான் யுத்தமோ
சொல் யுத்தம்
செயல் யுத்தம்
போய்
போர் யுத்தம்
ஆரம்பத்தில்
பேரழிவு என்ற
சொல்
எந்நாள்
மறையுமோ ?

# 35. சிவராத்திரி



வருடத்தில்
ஒரு முறை
மஹா சிவராத்திரி
ஆனால்
சிந்திக்கும் பொழுது
எல்லையில்
அன்னிய நாடுகளுடன்
போரிடும்
ராணுவ வீரர்கள்
தன்னுயிரை வைத்து
பலரை காக்கும்
ஓட்டுனர்கள்
குற்றமற்ற சமுதாயம்
ஆக்க பாடுபடும்
காவலர்கள்
அனைவருக்குமே
தினம் தினம்
சிவராத்திரிதான்

# 36. நிலவுக்கு அருகில்

நிலவுக்கு அருகில்
கற்கண்டு வண்ணக்களாய்
வெளிச்சமிகு நட்சத்திரக் கூட்டங்கள்
எவ்வளவு
ஒற்றுமையாய்
ஒளித்திரள்
வெண்மையோடு
நம்
மனமும்
வெண்மையாய்
இருக்க
அறிவுத்துகின்றன

# 37. நகை

நதியினில் பாயும்
நீரினில் பளிச்சிடும்
ஆதவன்
அளிக்கும் கொடை
புன்சிரிப்பு
பிறப்பின் சாரகையில்
குழந்தைகளின்
பாவனை
புன்சிரிப்பு
அழுத்தம் குறைத்து
அமைதியை
தந்து பிணி
தீர்க்கும் புன்சிரிப்பு
எங்கும் பரவட்டுமே

# 38. பணம்

நேர்கோட்டு பாதையில்
பயணிக்க வாய்ப்பு
இருந்த வேளையில்
செல்வம்
ஐஸ்வர்யம்
காசு
பணம்
துட்டு
மணி
என்ற ஆங்கிச்சொல்லும்
ஆணவமாய்
சொல்கிறது
நான்
இன்றி
இவ்வுலகில்
நீ
ஏது ?

# 39. பயம்

பின்னிரவில்
பறந்த பேருந்தின்
வேகத்தை
நினைத்து
விழிபிதுங்குது
மனது
வேகம்
விவேகம்
அன்றோ!
ஆம்னி
பேருந்துகளுக்கு
நுறு வேகம்
எட்டினால்
நூற்று எட்டினை
கொண்டு
வருமோ
என்ற ஐயம்
இன்றும்
அந்த
பயணம்
கலங்கடிக்கிறது
மனதை

# 40. வெப்பநிலைமானி

இதமான
மெல்லிய சாரல் மழையுடன்
மிதமான மெல்லிசையுடன்
குளிர்விப்பானே குளிராக
ஜில்லென்ற காற்று
உடலின் வெப்பம்
குறையும்
அளவிற்கு
வீசுகிறது
ஆதலால்
நாளை
பயமில்லை
பணியிடத்து
சோதிக்கும்
வெப்பநிலை
மானியை
நினைத்து

# 41. டிக்கேன்



ஊரடங்கில்
அந்தி வேளையில்
ஐம்பது நபர்களாவது
வீதிகளில் உரையாட
காவலர்கள் புடை சூழ
கலைந்தது அக்கூட்டம்
அத்துடன் கலைந்தது
மிதிவண்டியில்
டிக்கேனுடன்
நின்ற
விளிம்பு நிலை
வியாபாரியின் கனவும்

# 42. மழலை குரல்

அன்னையின் உயிர்
வலியில்
இருளில் மலர்ந்த மொட்டு
கணீர் குரலில்
கர கரவென
கம்பீர குரலாய்
மாறிப் பின்
பிஞ்சுக் குரலில்
தழு தழுவென
தவழ்ந்து
தாலட்டும்
அன்னையின்
ராகத்தில்
புன்னகை பூக்களாய்
புருவம் உயர்த்தி
ஆனந்த பேசும்
சொற்கூறுகளை
ரசித்து
செயல்களாய்
காட்டும்
மாண்பு
மழலைகளுடையது